മഴവില്ല് പൂക്കുമ്പോൾ

Mazhavillu Pookumpol
Childrens Literature

Dr. Cheravalli Sasi

CHINTHA PUBLISHERS
Thiruvananthapuram

First Edition
April 2022

Published
Chintha Publishers, Thiruvananthapuram

Typesetting
Star Communications, Thiruvananthapuram

Cover Design
Vinod Mangoes

ISBN : 978-93-93468-88-8

CO - 3106 / 5992

Email: chinthapublishers@gmail.com
Website: www.chinthapublishers.com

A version is available at National Libraries
Kolkata, Mumbai, Chennai and Delhi

Distribution
DESHABHIMANI BOOKHOUSE
H O Thiruvananthapuram 695035

Branch
Head Office Kunnukuzhi • Statue Thiruvananthapuram
KSRTC Bus Terminal Thampanoor • Saphalyam Complex Thiruvananthapuram
KSRTC Bus Station Alappuzha • KSRTC Bus Station Ernakulam
Machingal Lane Thrissur • IG Road Kozhikode
Mavoor Road Kozhikode • NGO Union Building Kannur
Central Bus Terminal Complex Thavakkara Kannur

മഴവില്ല് പൂക്കുമ്പോൾ

ഡോ. ചേരാവള്ളി ശശി

ചിന്ത പബ്ലിഷേഴ്സ്
തിരുവനന്തപുരം-695 035

ഡോ. ചേരാവള്ളി ശശി

കായംകുളം ചേരാവള്ളി ഗ്രാമത്തിൽ ജനനം. അച്ഛൻ: കൊച്ചുപുരയ്ക്കൽ എൻ മാധവൻപിള്ള. അമ്മ: ജി സരസ്വതിയമ്മ. എം എ, ബി എഡ്, പി എച്ച് ഡി ബിരുദങ്ങൾ നേടി. മൂന്നുപതിറ്റാണ്ടോളം കോട്ടയം സി എം എസ് കോളേജ് മലയാളവിഭാഗം അദ്ധ്യാപകനായിരുന്നു. റീഡറും വകുപ്പുമേധാവിയുമായി പ്രവർത്തിച്ചു പിരിഞ്ഞു. എം ജി സർവ്വകലാശാല പാഠപുസ്തക കമ്മിറ്റിയിലും എ ആർ സ്മാരകത്തിലും അംഗമായിരുന്നു. മലയാളത്തിലെ ആനുകാലികങ്ങളിൽ കവിതകളും ലേഖനങ്ങളും ഫീച്ചറുകളും പ്രസിദ്ധീകരിച്ചുവരുന്നു. ആകാശവാണിയുടെ ലളിതഗാന മേഖലയിലും ബാലസാഹിത്യവേദിയിലും സജീവമാണ്. 2005 ലെ ഭീമാ ബാലസാഹിത്യ അവാർഡ് (*മഴമായുംനേരം*), കേരള സാഹിത്യ അക്കാദമിയുടെ തുഞ്ചൻ അവാർഡ്, കാരൂർ സ്മാരക പുരസ്കാരം, ഉള്ളൂർ അവാർഡ്, സദസ്യതിലകൻ പുരസ്കാരം, സംസ്ഥാന ഗവൺമെന്റിന്റെ നല്ല ബാലസാഹിത്യകൃതിക്കുള്ള അവാർഡ്, 2008 ലെ ഏറ്റവും മികച്ച ഗാനരചയിതാവിനുള്ള കേരള സംഗീത നാടക അക്കാദമി അവാർഡ്, മികച്ച ജീവചരിത്രത്തിനുള്ള 2015 ലെ ബാലസാഹിത്യ ഇൻസ്റ്റിറ്റ്യൂട്ട് അവാർഡ് എന്നിവ ലഭിച്ചിട്ടുണ്ട്.

കൃതികൾ: *കാലതാണ്ഡവം, നേരിന്റെ മുൾമുനകൾ, ചരമസന്ധ്യകൾ, ശ്യാമമുഹൂർത്തം, സഹനം* (കവിതകൾ), *മഴ മായുന്നേരം, പൂവാടി, ഇത്തിരിത്തേൻ, കുഞ്ഞിക്കാലടികൾ, ഉണ്ണിക്കുട്ടൻ, ഓമനക്കുട്ടന്റെ ഊഞ്ഞാൽ, ചതിക്കു ചതി, കാന്തിത്തുടിപ്പുകൾ, വടക്കൻ വീരകഥകൾ, നക്ഷത്രക്കുട്ടൻ* (ബാലസാഹിത്യം), *കീഴാളജനതയും ജനകീയ നാടകവും, കാലത്തിന്റെ ഇടനാഴിയിൽ, അന്വേഷണമേഖല, ഓടനാടിന്റെ ഉൾത്തുടിപ്പുകൾ* (പഠനങ്ങൾ), *അഴകത്ത് പത്മനാഭക്കുറുപ്പ്, പി ഭാസ്കരൻ, തോപ്പിൽഭാസി, എസ് എൽ പുരം സദാനന്ദൻ, കെ എസ് ജോർജ്, മുതുകുളം രാഘവൻപിള്ള* (ജീവചരിത്രം), *മീനകേതനചരിതം നാടകം* (എഡിറ്റർ).

ഭാര്യ : അനിത
മക്കൾ : ശശികാന്ത്, ശശികിരൺ
വിലാസം: പാർവണേന്ദു
കായംകുളം 690 502

ഉള്ളടക്കം

മുഖക്കുറി 9
മലയാളം 13
വയണപൂത്തു 14
മഴനാദം 15
പാമ്പാട്ടി 16
തീവെയിൽ 17
വീരജവാൻ 19
പക്കമേളം 20
ഓമ 21
തകഴിയപ്പൂപ്പൻ 23
സൂത്രക്കാരൻ 24
വഴിപാട് 25
നിരത്തുപണിക്കാർ 26
അമ്മയും മകളും 27
ഇസ്തിരിപ്പെട്ടി 28
ഗ്രാമഭംഗി 29
മനുഷ്യൻ 31
വയറൻ മൂരി 32
മാന്ത്രികൻ 34
പുഴയുടെ നടുവിൽ 36
വിരുതൻ 37
മായാജാലം 38
മഴ മായുന്നേരം 40

ചക്ക പഴുത്തപ്പോൾ 41
അക്ഷരപ്പാട്ടുകൾ 42
കടങ്കവിതകൾ 43
പ്ലഷർ കാർ 45
കിണറുകുഴിക്കൽ 47
മുണ്ടൻനമ്പൂരി 49
മുനിയും വാളും 50
കൊച്ചുകറുമ്പൻ 52
മഞ്ഞു തുള്ളിച്ചിരി 54
ദാഹജലം 55
കള്ളക്കൊക്ക് 56
കാറ്റത്തെ കിളിക്കൂട് 58
ചെമന്ന താടി 59
ഷൂ തുടയ്ക്കുമ്പോൾ 61
നാട്ടുകാഴ്ചകൾ 62
അത്ഭുതശില്പി 64
മണ്ണും മരവും 65
ചെരിപ്പ് കുത്തി 66
തേൻവരിക്ക 67
പൂക്കളങ്ങൾ 68
രണ്ട് കോളാമ്പികൾ 69
തേന്മാവ് പോലൊരു ജന്മം 71
ആക്രി 72
സിഗ്നൽ ലൈറ്റ് 73
ഗാനോത്സവം 74
കൊതുകുകൾ 75
കടൽത്തിരകൾ 76
വെൺമയുണ്ടാകണം 77
ഡ്രോൺ 78
തോണിയാത്ര 79
ബലൂണുകൾ 80

പ്രസാധകക്കുറിപ്പ്

അറിവിന്റെ പുതുലോകങ്ങൾ തുറന്നുതരുന്ന കവിതകളുടെ സമാഹാരമാണ് *മഴവില്ല് പൂക്കുമ്പോൾ.* കുട്ടികളെ രസകരമായി പാഠങ്ങൾ പഠിപ്പിക്കുന്നതിന് ഉപകാരപ്രദമായ കൃതി.

ചിന്ത പബ്ലിഷേഴ്സ്

മുഖക്കുറി

ആയിരത്തിത്തൊള്ളായിരത്തി എഴുപതുകളുടെ അവസാനകാലം തൊട്ടാണ് കുട്ടികൾക്കായുള്ള കവിതകൾ ഞാൻ എഴുതാൻ തുടങ്ങിയത്. എഴുതിയവ മിക്കതും തിരുവനന്തപുരം ജവഹർ ബാലഭവൻ പ്രസിദ്ധീകരിച്ചിരുന്നതും, സുഗതകുമാരി എഡിറ്റർ ആയിരുന്നതുമായ *തളിര്* മാസികയിലൂടെ വെളിച്ചം കണ്ടു. അവയിൽ നിന്നൊരു തെരഞ്ഞെടുപ്പ് നടത്തി പുസ്തക രൂപത്തിലാക്കിയതാണ് എന്റെ ആദ്യ കുട്ടിക്കവിതാസമാഹാരം. *ഇത്തിരിത്തേൻ* എന്ന ആ കൃതിക്ക് 1979 ലെ ശിശുവർഷത്തോടനുബന്ധിച്ചു നടന്ന മത്സരത്തിൽ സർക്കാർ വക പുരസ്കാരം കിട്ടി. തുടർന്ന് പ്രസിദ്ധീകരിച്ച ബാലകവിതാ സമാഹാരങ്ങളിൽ *മഴ മായുന്നേരം* എന്ന കൃതിക്ക് 2005 ലെ ഭീമാ ബാലസാഹിത്യ അവാർഡ് ലഭിച്ചു. അതേത്തുടർന്ന് പ്രകാശിപ്പിക്കപ്പെട്ട *ഓണപ്പൂമഴയ്ക്ക്* ചിക്കൂമ്പ് ബാലകവിതാ പുരസ്കാരമടക്കമുള്ള പ്രാദേശിക അംഗീകാരങ്ങൾ ലഭിച്ചു. ഇപ്പോൾ ചിന്ത പ്രസിദ്ധീകരിക്കുന്ന *മഴവില്ല് പൂക്കുമ്പോൾ* എന്ന ബാലകവിതാ ഗ്രന്ഥം നാല്പതിലേറെ കവിതകൾ ഉൾച്ചേർന്നതാണ്. പുതുതായെഴുതിയ കവിതകളോടൊപ്പം *മഴ മായുന്നേരം* എന്ന സമുച്ചയത്തിലെ കവിതകളും ചേർത്താണ് *മഴവില്ല് പൂക്കുമ്പോൾ* എന്ന കൃതി ഒരുക്കിയിരിക്കുന്നത്. വായനക്കാർക്ക് അത് ആസ്വാദ്യകരമായിരിക്കുമെന്ന് വിശ്വസിക്കുന്നു.

അക്കപ്പാട്ടും അക്ഷരപ്പാട്ടും തൊട്ട് ബാലകവിതയ്ക്ക് പലമാതിരി മുഖങ്ങളുണ്ടെന്ന കാര്യത്തിൽ തർക്കമില്ല. അതിലൊരു മുഖമാകാം ഈ സമാഹാരം. കുട്ടിക്കവിതകളെപ്പറ്റിയുള്ള എന്റെ ധാരണയിൽ പ്രധാനമായത് അത് താളവും ഈണവും ഉള്ളതായിരിക്കണമെന്നതാണ്. കുട്ടികൾക്ക് കവിതകൾ പാടി രസിക്കാനും ആസ്വദിക്കാനും അയവിറക്കാനും ഹൃദിസ്ഥമാക്കാനും പറ്റിയതാകണം. ഗദ്യത്തിലോ ഗദ്യപ്രായത്തിലോ രചിച്ച് കവിതയെന്ന് പേരിടുന്നതിനോട് എനിക്ക് യോജിക്കാൻ വയ്യ. കുട്ടികളുടെ ഭാവനയേയും സങ്കല്പങ്ങളേയും വളർത്തുന്നതിനൊപ്പം അവ അവരുടെ നിരീക്ഷണ കൗതുകങ്ങളേയും ചിന്തകളേയും തട്ടിയുണർത്താൻ സഹായിക്കണം. യാഥാർത്ഥ്യങ്ങളിലേക്ക് കണ്ണയയ്ക്കാൻ കൊച്ചു ജിജ്ഞാസുക്കളെ പ്രേരിപ്പിക്കണം. രസിപ്പിക്കുകയും സന്തോഷിപ്പിക്കുകയും ചെയ്യുന്നതിനോടൊപ്പം ചരാചരസ്നേഹം വളർത്താനും നന്മയുടെ മൂല്യങ്ങളെ മുറുകെ പിടിക്കാനും പ്രചോദിപ്പിക്കണം. ഗുണപാഠങ്ങളുടെ ചൂരൽ ഉയർത്തി കുട്ടികളെ അകറ്റുകയല്ല, അവരുടെ ആന്തരിക മനസ്സുകളിൽ അവരറിയാതെ വെളിച്ചം വിതയ്ക്കാൻ കവിതകൾക്ക് കഴിയണം. ഇതൊക്കെ മനസ്സിൽ കരുതി എഴുതാൻ ശ്രമിക്കുന്ന ഞാൻ ഈ സമാഹാരത്തിൽ ഒട്ടേറെ ഗ്രാമീണ ദൃശ്യപൊടിപ്പുകൾ കോറിയിടാൻ ശ്രമിക്കുന്നുണ്ട്. ഗ്രാമകേരളം ഇന്നും അവശേഷിക്കുന്ന ഈ നാട്ടിലെ കുഞ്ഞുങ്ങൾക്ക് അതുകൊണ്ടുതന്നെ ഈ കൃതി ഇഷ്ടപ്പെടുമെന്ന് ഞാൻ പ്രതീക്ഷിക്കുന്നു.

ഈ സമാഹാരം പ്രസിദ്ധപ്പെടുത്തുന്ന എനിക്ക് പ്രേരണയും സഹായവും നല്കിയ ചിന്ത പബ്ലിഷേഴ്സിന്റെ

സാരഥികളോടുള്ള നിറഞ്ഞ സ്നേഹാദരങ്ങൾ ഞാൻ ഇവിടെ പ്രകാശിപ്പിക്കുന്നു. എല്ലാ കുഞ്ഞുങ്ങളേയും സഹൃദയരേയും ഒരിക്കൽക്കൂടി മഴവില്ല് പൂക്കുന്നത് കാണാൻ സ്നേഹപൂർവ്വം ക്ഷണിക്കുന്നു.

ഡോ. ചേരാവള്ളി ശശി

മലയാളം

അമ്മിഞ്ഞപ്പാലിൻ മധുരമൂറും
നന്മ തുളുമ്പുന്ന ഭാഷയേത്?
അമ്പാടിപ്പൈതലിൻ കേളിയേറും
അൻപുകൾ ചാലിച്ച ഭാഷയേത്?

തത്തക്കിളിപ്പെണ്ണു കൊഞ്ചിടുന്ന
ഭക്തിമുഴുത്ത തേൻഭാഷയേത്?
തുള്ളിക്കളിച്ചു ചിരിച്ചുവന്നെൻ
ഉള്ളം കവർന്ന നല്ഭാഷയേത്?

വഞ്ചി തുഴയാനരങ്ങിലാടാൻ
നെഞ്ചലിയിച്ചൊരു ഭാഷയേത്?
വായ്മൊഴിച്ചന്തം കലർന്ന നാടൻ
വാഴ്വിന്റെ ചൈതന്യഭാഷയേത്?

ആ ഭാഷ മാൺപും മധുവുമുറ്റോ-
രോമൽ മലയാളഭാഷയല്ലോ!
ആ ഭാഷ ചീറും ചുണയുമുറ്റ
കേരളത്തിൻ മാതൃഭാഷയല്ലോ!

വയണപൂത്തു

തെക്കൻ കാറ്റുവരുന്നേരം
മുറ്റത്തെന്തൊരു മണമയ്യാ!
സത്യം കണ്ടുപിടിച്ചേ ഞാൻ
ഒറ്റഞൊടിക്കകമയ്യയ്യ!!

പൂത്തുതിമിർത്തേ നില്ക്കുന്നു
പൂന്തൊടിയിൽ ചെറുതേൻ വയണ
കാറ്റിലുലഞ്ഞു ചിരിക്കുന്നു
ചാറ്റുകൾ മൂളണ പൊൻവയണ...!!

എങ്ങനെ കിട്ടി നിനക്കിന്നീ–
ചന്ദനമണമല്ലേല മണം?
മുല്ലപ്പൂവുമിരക്കുന്ന
തുള്ളി വരും പൂക്കൈതമണം?

ചങ്ങാതീ, പൂമണമുയരും
ചില്ലകുനിക്കുകമെല്ലേ നീ!
നിന്നുടെയില ഞാൻ നുള്ളട്ടെ.
അമ്മയതിൽ അട തീർക്കട്ടെ!!

മഴനാദം

ആരോ കൊട്ടും തുടിനാദംപോൽ
വീടിനുമേലേ ചിങ്ങമഴ!
ഏതോ നല്ലോരിടയ്ക്കയിലെത്തേൻ
ചോരും പാട്ടായ് കന്നിമഴ!

നേരേ മദ്ദളമേളംപോലെ
പോരു തുലാത്തിലെയാദ്യമഴ!
ദൂരത്തബലധ്വനിക്കുംപോലെൻ
ചാരത്തിനിയൊരു കുംഭമഴ!

പൂരച്ചെണ്ടമുഴക്കവുമായി
കുരിരുൾമേലേയിടവമഴ!
നൂറു മിഴാവുകൾ മുട്ടുംപോലെ
തോരാക്കർക്കടമേഘമഴ!

പാമ്പാട്ടി

വഴിയോരത്തൊരു കോണിലിരുന്നേ
കുഴലൂതീടുമ്പോൾ
വഴിയാത്രക്കാരവനുടെ പാട്ടിൽ
ഒഴുകിക്കൂടുന്നു...

ആരിവനിച്ചെറുകുഴലുവിളിച്ചേ
പാര് മയക്കുന്നോൻ?
കൂടയിലിട്ട വിഷപ്പാമ്പുകളുടെ
തോഴൻ പാമ്പാട്ടി...

മൂടിയെടുക്കെയുണർന്നുപടം നീർ-
ത്താടിച്ചീറ്റുകയായ്
കൂടയ്ക്കുള്ളിലൊതുങ്ങിയുറങ്ങിയ
നാടൻ കരിമൂർഖൻ...

താളലയത്തിൽ പാമ്പു വളഞ്ഞു
പുളഞ്ഞങ്ങാടുമ്പോൾ,
പേടിപെരുക്കുകയാണതു കോപി-
ച്ചോടിയടുത്താലോ?

തീവെയിൽ

പൊള്ളിക്കരുതേ
പൊള്ളിക്കരുതേ
പൊള്ളത്തീവെയിലേ...
തുള്ളിയുമില്ലേ
വെള്ളം പുഴയിൽ
തൊള്ള നനച്ചീടാൻ...

നെൽവയലെല്ലാം
നെഞ്ചു പിളർന്നേ
നിന്നുടെ കോപത്താൽ.
പുൽമേടെല്ലാം
പുകയുകയാണേ
നിന്നുടെ ശാപത്താൽ...

നല്ലില പൊയ്പ്പോയ്-
എല്ലുതെളിഞ്ഞേ
വല്ലികൾ, മരമെല്ലാം....
തെണ്ടുകയായി
തൊണ്ട വരണ്ടേ
കണ്ടവരിവരെല്ലാം...!

പൊള്ളത്തീവെയിലേ
വെള്ളിടിവെട്ടി
വെള്ളമൊഴുക്കുക
കള്ളത്തീവെയിലേ.

വീരജവാൻ

എന്റെ മനസ്സുമുഴുക്കെ
മിന്നണതാരാണെന്നോ?
നെഞ്ചൂക്കുള്ളൊരു ധീരൻ!
എന്നും നാടിനു വീരൻ..!

സ്വന്തസുഖങ്ങൾ വെടിഞ്ഞോൻ
ചിന്തയിലമ്മനിറഞ്ഞോൻ
മഞ്ഞിരുൾ മഴകളെ വെന്നോൻ
മണ്ണിനു കണ്മണിയായയോൻ...

വഞ്ചകർ ശത്രു പതുങ്ങും
വന്മല താഴ്‌വര താണ്ടി
മുൾവഴി കാടുകൾ കേറി
മുൻപദമൂന്നിച്ചീറി

ശത്രുകുലത്തെയൊടുക്കി
ഉറ്റജനത്തെ പോറ്റി
നിർഭയനായിട്ടെത്തും
അഗ്രജനാണെൻ പ്രാണൻ...!

പക്കമേളം

വാഴത്തോപ്പിൽ കാറ്റിളകുമ്പോൾ
ചൂഴെ തകതക താളങ്ങൾ.
താഴെ കരിയില കാറ്റടിയുമ്പോൾ
കൂടെ ധിമിധിമി മേളങ്ങൾ...........

മണ്ണുചുഴറ്റി കാറ്റണയുമ്പോൾ
തിണ്ണം ശൂ ശൂ ചൂളങ്ങൾ.
ഇല്ലിമുളം കുഴലൂതിവരുമ്പോൾ
മെല്ലെ പീപ്പീയീണങ്ങൾ.....

ചില്ലകൾ കാറ്റു കുലുക്കീടുമ്പോൾ
തുള്ളികൾ ടപ് ടപ് ഗാനങ്ങൾ.
പൊള്ളത്തടിയതു നൂഴ്ന്നു വരുമ്പോൾ
ഉള്ളിൽ "ഭും ഭും..." നാദങ്ങൾ....!!

ഓമ

വിത്തുനട്ടുമുളപ്പിക്കാ-
തത്രയേറെ കരുത്തോടെ
നില്പതെന്തീച്ചെടി, യോമൽ
ഓമയാണല്ലോ....

മഴക്കാലം കഴിഞ്ഞല്ലോ
വെയിൽ ചാറിത്തെളിഞ്ഞല്ലോ
പൊടുന്നനേ വളർന്നോമ-
ച്ചെടി പൂത്തല്ലോ.....

വിടർന്ന കൈപ്പത്തിപോൽ നീ-
ണ്ടിടതിങ്ങുമിലത്തണ്ടിൻ
കടയ്ക്കൽ, തായ്ത്തടിയിൽ, കായ്
തുടിക്കുന്നല്ലോ....

ഒന്നു പത്തായ്, പത്തു നൂറായ്
ഒന്നുമേൽ വീണൊന്നുതിക്കായ്
കണ്ണിനത്ഭുതങ്ങൾ കാട്ടി
കായ് നിറഞ്ഞല്ലോ...

ഡോ. ചേരാവള്ളി ശശി

രാത്രിമഴ കഴിഞ്ഞപ്പോൾ
കാറ്റലറിത്തിമിർത്തപ്പോൾ
ആർത്തനാദത്തോടെയോമ
ആടിവീണല്ലോ...

കായ്കളെല്ലാം തെറിച്ചേപോയ്
തായ്ത്തടിത്തണ്ടൊടിഞ്ഞേപോയ്
ചോന്ന കായ്കൾ കരൾപോലെ
ചിന്നിയും പോയി...........

തകഴിയപ്പൂപ്പൻ

കുട്ടനാടൻ കഥയൊന്നല്ലേ– അതു
കഷ്ടപ്പെടുന്നോന്റെ നോവാണേ!

കൃത്രിമംപൂണ്ട മൊഴിയല്ലേ– അതു
നല്ത്തെളിനീരിന്റെ സ്വാദാണേ!!

പട്ടണം ചുറ്റുന്ന കാറ്റല്ലേ– അതു
പച്ചവരമ്പിൻ മണമാണേ!

ചെമ്മീനിടങ്ങഴി രണ്ടല്ലേ– അതു
ചെമ്മേയൊടുങ്ങാക്കയറാണേ!

വെറ്റമുറുക്കാൻ ചിരിയല്ലേ– അതു
ശുദ്ധമനസ്സിൻ വെളുപ്പാണേ!

ആരാണു കാരണോരെന്നല്ലേ– അതു
കേരളത്തിന്റെ തകഴിയാണേ....!

സൂത്രക്കാരൻ

രാത്രിവിളക്കു തെളിഞ്ഞപ്പോൾ
സൂത്രക്കാരൻ പല്ലിയതാ
പാത്തുപതുങ്ങി വരുന്നല്ലോ
ചെത്തംകേട്ടു മറഞ്ഞല്ലോ!

പയ്യെപ്പയ്യെച്ചുവരിന്മേൽ
പറ്റിയിരുന്നു ചിലച്ചല്ലോ,
പെട്ടെന്നോടിയടുത്തേതോ
പാറ്റയെ വെട്ടിവിഴുങ്ങീല്ലോ...

ഹയ്യട കേമൻ ഞാൻതന്നെ
മുന്നിലിരുന്നു ഞെളിഞ്ഞല്ലോ.
ചൂൽ ഞാൻ കൈയിലെടുത്തപ്പോൾ
വാലു മുറിച്ചേ പാഞ്ഞല്ലോ...

വഴിപാട്

അമ്മയോടൊത്തു ഞാനമ്പലത്തിൽ
അഞ്ജലികൂപ്പി തൊഴുതിടുമ്പോൾ
മുന്നിൽ കരംനീട്ടി നില്പതാരേ?
നന്നേ മെലിഞ്ഞുവെളുത്തൊരുണ്ണി!

“നേർച്ചയായ് മണ്ണിൽ കിടന്നുരുളാം
ദോഷങ്ങളൊക്കെയും തീർത്തൊഴിക്കാം...
ഈശപ്രസാദമുണ്ടായിടും, കാൽ-
കാശെനിക്കേകുകെന്നമ്മയിപ്പോൾ....

എന്നോതി കണ്ണീർ പൊടിച്ചിടുന്ന
കണ്ണിൽ പ്രതീക്ഷകൾ നീട്ടിനീട്ടി
മഞ്ഞക്കുറിമുണ്ടുടുത്തു നിന്ന
ഉണ്ണിക്കനുമതിയേകിയമ്മ

പിന്നേയും മണ്ണിൽക്കിടന്നുരുളൻ-
കല്ലുപോലുണ്ണിയുരുണ്ടിടുന്നു.
ഞങ്ങൾതൻ പാപമകന്നിടുന്നു.
ഉണ്ണി ചെളിയിൽ കുളിച്ചിടുന്നു....

നിരത്തുപണിക്കാർ

കറുത്തു ഭൂതംപോൽ
ചലിച്ചിടുന്നോരേ
തിളച്ചിടും ടാറിൽ
നിരത്തുതീർപ്പോരേ,

വിഷപ്പുക തിന്നേ
വിശപ്പുപോയോരേ,
കടുത്ത കുഴിയെല്ലാം
ഉടച്ചുവാർപ്പോരേ,

ഇവർക്കു കാൽനടയായ്
സുഖിച്ചു വാഹനമായ്
നിരന്തരം പോകാൻ
നിരത്തു തീർപ്പോരേ,

ഇരുട്ടുവീണിട്ടും
വിയർത്തു പണിയുന്നോ?
തകർന്ന വഴി പാരിൽ
അകന്നു പോകാനായ്...?

അമ്മയും മകളും

അന്തിവെളിച്ചം കെടുത്തി- ഇരുൾ
പൊന്തി കരിങ്കിളിപോലെ!

മാനത്തടയിരിക്കുമ്പോൾ- ചന്ദ്രൻ
കാണുന്നു പൊൻമുട്ടപോലെ.

മുട്ട വിരിയുന്നു മെല്ലെ- പുലർ-
വെട്ടം കിളിക്കൊക്കുപോലെ....

മഞ്ഞ, ക്കടും ചോപ്പിൽ മുങ്ങി- വാനം
കുഞ്ഞിച്ചിറകൊളിപോലെ..!

പിന്നെ നിറം മാറിമാറി- സൂര്യൻ
വെള്ളിപ്പറവയെപ്പോലെ....

അയ്യയ്യ! കൂരിരുട്ടമ്മ- പെറ്റ
പൈതലോ, പൈമ്പാലുപോലെ....

ഇസ്തിരിപ്പെട്ടി

ഇസ്തിരിപ്പെട്ടി വയർ നിറച്ചാൽ
ഭക്ഷിക്കുമാച്ചൂടിലാരേയും!
ഭക്ഷണത്തീയതു കെട്ടുവെന്നാൽ
കക്ഷിക്കുവേണ്ടതില്ലാരേയും....

കഞ്ഞിപ്പശയുള്ള കാക്കിയായാൽ
കല്ലിന്നുറപ്പുടൻ തീർത്തീടും!
ചുങ്ങിച്ചുളിഞ്ഞുള്ള ഖാദിയായാൽ
മിന്നൽ വടിവു വരുത്തീടും....!

ഒട്ടുമനുസ്സരിക്കാത്ത സാരി
ചിട്ടഞൊടിക്കിടെ നേടീടും!
ഇസ്തിരിപ്പെട്ടിതൻ ചൂടതേറ്റാൽ
അച്ചടക്കം ആരും ചൂടീടും....

ഗ്രാമഭംഗി

പട്ടണത്തിലൊട്ടും
കിട്ടുകില്ല കാണാൻ
അച്ഛനമ്മമാരെ
പെറ്റ ഗ്രാമഭംഗി....

നാലുകെട്ടിൽ വാസം
നന്മൊഴിവിലാസം
നാട്ടുപുഷ്പഹാസം
നല്ലോരോണമാസം

അമ്പലത്തിൽ മേളം
ആറ്റുനീരിലോളം
കാറ്റുതീർത്ത ചൂളം
നാട്ടിലേകതാളം....

കൈതപൂത്ത തീരം
മൈന പാടുമോരം
മാമ്പഴത്തിൻ പൂരം
മധുരമൂറും നേരം...

പട്ടണത്തിലില്ലീ
വറ്റിടാത്ത സ്നേഹം
ഉറ്റവരാണെങ്ങും
തെറ്ററിയാനാട്ടിൽ....

മനുഷ്യൻ

മാനത്തേക്കു പറക്കാൻ വേണ്ടൊരു
കുഞ്ഞിപ്പൂഞ്ചിറകും,
നീലക്കടലിൽ നീന്താൻ വേണ്ടൊരു
മീനിൻ പൊൻവടിവും!

കോട്ടകൾ, കൊട്ടാരം പണിതീർത്തൊരു
നേട്ടമതോതാമോ?
കാട്ടുമൃഗത്തെയിണക്കിയെടുത്തൊരു
കൂട്ടരെയറിയാമോ?

ഊഴിയിൽ നാകം തീർക്കാനിവനൊരു
നേരിയമാത്ര മതി!
നേടിയതൊക്കെ മുടിക്കാനായ്, യര-
മാത്രയുമവനുമതി...!

വയറൻ മൂരി

തിരക്കേറും തെരുവിന്റെ
തിരുമാറത്തായ്
കറുത്ത നൽപ്പെരുംകുന്നു
കണക്കാർ നില്പൂ?

തലപൊക്കിച്ചെവികൂർപ്പി-
ച്ചഹന്തയോടെ
ഒരു മൂരിക്കുറുമ്പനി-
ന്നുറച്ചേ നില്പൂ....

അതിശീഘ്രം വരും വണ്ടി
നിരയോരോന്നും
എതിരെ പോം പല മോട്ടോർ
ഗണമോരോന്നും,

ചലിക്കാതെ നിലകൊണ്ട-
ങ്ങിരു ഭാഗത്തും,
നില്ക്കാത്ത ബഹളം, ഹോൺ
തെരുവോരത്തും...!

കനത്തിൽത്താൻ നിലകൊൾവു
കറുമ്പൻ മൂരി.
ഒരുത്തരേം വകവെയ്ക്കാ-
ത്തുടക്കൻ മൂരി....

പഴക്കുലയൊരുവനൊ-
ന്നുയർത്തിയപ്പോൾ
വഴക്കൊക്കെക്കളഞ്ഞേപോയ്
വയറൻ മൂരി....

മാന്ത്രികൻ

മന്ത്രങ്ങൾ ചൊല്ലി നീ
മാന്ത്രികപ്പൊൻവടി
അന്തരീക്ഷത്തിലായ്
വീശിടുമ്പോൾ,

കണ്ണഞ്ചുമാറിതാ
പൂക്കളും പ്രാക്കളും
വർണ്ണക്കുടകളും
മുന്നിലയ്യാ...!!

കിന്നരിത്തൊപ്പിയും
മിന്നുന്നുടുപ്പുമായ്
പുഞ്ചിരിച്ചീടുന്ന
മാന്ത്രികാ നീ

എല്ലാ വരൾച്ചയും
എല്ലായകല്ച്ചയും
എല്ലാ വിഷാദവും
മാറ്റിയെന്നും,

വാടാവെളിച്ചവും
തീരാ വസന്തവും
മായാത്ത സ്നേഹവും
നല്കിയെങ്കിൽ...

മാന്ത്രികപ്പൊൻവടി
വീണ്ടും ഉഴിഞ്ഞു നീ
ശാന്തി തൻ തേന്മഴ
തൂകിയെങ്കിൽ...

പുഴയുടെ നടുവിൽ

പുഴയുടെ തീരത്തച്ഛനോടൊപ്പം
പുലരിയിൽ ഞാൻ നില്ക്കെ,
ചിരിയോടു കളിയോടു കളഗാനത്തോടു
പുഴയൊഴുകീടുന്നു....

ഗുളുഗുളെയെന്തേ പൊന്തിവരുന്നൂ
തെളിനീരിൻനടുവിൽ...?
ചരലുനിറച്ചൊരു കുട്ടയുമായ്, ചെം-
കതിരോനായൊരുവൻ....

ചെറുവള്ളത്തിലതാക്കിയവന്നൊരു
കുറുമത്സ്യംപോലെ,
പുഴയുടെയടിയിൽ താഴുന്നയ്യട!
കുടപോൽ നിവരുന്നൂ...!

ചരലുനിറച്ചൊരു വള്ളമതൂന്നി
കരതേടുന്നോനേ,
അറിയുന്നൂ ഞാൻ നിന്റെ നുറുങ്ങും
കരളിൻവേദനകൾ....

വിരുതൻ

കുറിച്ചുകൂട്ടിയ കവിതകളൊക്കെ
നുറുക്കിയിട്ടവനാരോ?

പഴുക്കുവാനായ് കരുതിയ പൂവൻ-
പഴങ്ങൾ കട്ടതുമാരോ?

വിളക്കിലെണ്ണത്തിരികളണച്ചെൻ
മുടിക്കുമുട്ടിയതാരോ?

അടുക്കളയ്ക്കകമെത്തി കലങ്ങൾ
തട്ടിയുടച്ചതുമാരോ?

വെളിക്കു കപ്പച്ചുവടു കരണ്ട-
ങ്ങൊളിച്ചിടുന്നവനാരോ?

തുലച്ചിടും ഞാൻ അവനെയൊതുക്കാൻ
ഒതുക്കിവെച്ചൊരു പെട്ടി.

പുലർച്ച, "ടപ്പോ" ന്നൊരൊച്ച, യെന്തേ?
വിളക്കുമായ് ഞാൻ ചെന്നു.

വിറച്ചു പേടിച്ചരണ്ടു പെട്ടി-
ക്കകത്തതാരൊരു വിരുതൻ..?

മായാജാലം

വേലിപ്പടർപ്പിന്റെ
മേലേയിരുന്നാരു
ചൂളം വിളിക്കുന്നൂ?

പേടിപ്പെടുത്തുന്ന
ഭാവങ്ങളോടാരു
നാവു ചുഴറ്റുന്നു...?

കൂർത്ത മുഖത്തിലെ
തീക്കണ്ണിളക്കിയി-
ട്ടാരേ വിളിക്കുന്നൂ?

നോക്കിയിരിക്കവേ
ആരുമറിയാതെ
വേഷങ്ങൾ മാറുന്നൂ...

അയ്യയ്യാ! പച്ചയാം
കുപ്പായമുരി, ചെം-
കാവിയുടുക്കുന്നു....

ആഹാ! പൊടുന്നനെ
കാവിയെറിഞ്ഞിളം
മഞ്ഞയണിയുന്നു...

മാജിക്കുകാട്ടി നീ
പമ്മിപ്പതുങ്ങിയെൻ
വേലിയിൽത്തങ്ങുമ്പോൾ,

പേടിയാകുന്നെന്റെ
പൊക്കിളിൽ നോക്കി നീ
ചോര കുടിക്കുന്നോ?....

മഴ മായുന്നേരം

കാറ്റും മഴയും അരിശമൊടെങ്ങും
ചീറ്റി മറിഞ്ഞേമായുമ്പോൾ,
മുറ്റം മുഴുവൻ ഇലകൾ പൊഴിഞ്ഞു
പറ്റം പറ്റം നിറയുമ്പോൾ,

വൃക്ഷച്ചില്ലകൾ മഴമുത്തുകളെ
ഇറ്റിറ്റങ്ങനെ വീഴ്ത്തുമ്പോൾ
ചുറ്റുമിരുട്ടിൻ കരിവാവലുകൾ
പറ്റിത്തൂങ്ങി മയങ്ങുമ്പോൾ,

പൊട്ടക്കുഴിയിൽ മഴവെള്ളത്തിൻ
മുട്ടൻ പാമ്പുകൾ നൂഴുമ്പോൾ
തപ്പിത്തപ്പി വിറച്ചു തണുത്തേ-
യപ്പൂപ്പൻ കാറ്റണയുമ്പോൾ,

ഉഷ്ണം പൂണ്ടുപുകഞ്ഞു കഴിഞ്ഞോർ
കൃഷ്ണനെ വാഴ്ത്തിപ്പാടുന്നു:
ഒട്ടും വൈകാതെരിവെയിലിൻ വറ-
ചട്ടിയിൽനിന്നും കാത്തു നീ...

ചക്ക പഴുത്തപ്പോൾ

തൊടിയിലെ മൂത്ത വരിക്കപ്ലാവിൽ
കൊതിതുള്ളിച്ചു കിടപ്പൊരു ചക്ക!
എന്തു വലിപ്പം, എന്തു മുഴുപ്പതി–
നെന്തൊരു വാസന, തേൻകുടമെന്നോ?

നാളെ വെളുക്കുംമുൻപൊരു തെല്ലും
കേടുവരാതതു കൈയിൽ വരേണം
തേൻചുളയൊക്കെയകത്താക്കേണം
തേനടയപ്പമൊരുക്കീടേണം!

നൂറല്ലായിരമല്ല കിനാക്കൾ
പേറീടുന്നൊരു കണ്ണുതിരുമ്മി
പ്ലാവിൻ ചോട്ടിലണഞ്ഞയ്യയ്യയ്യോ....
താഴെച്ചിതറിച്ചെളിയിൽ ചക്ക....

അക്ഷരപ്പാട്ടുകൾ

ഒന്ന്: ചെളിവെള്ളത്തിൽ

ചെളിവെള്ളത്തിൽ ചാടിമറിഞ്ഞു
കളിച്ചു ചിരിച്ചു രസിച്ചുടനോടി
കിളുകിളെ തെന്നിവഴുക്കും വഴിയിൽ
പളപളെ വീണു പുളഞ്ഞതു കണ്ടൊരു
പുളിവടിയാഞ്ഞു കുടഞ്ഞലറിപ്പാ-
ഞ്ഞളിപിളിയുള്ള വരമ്പുമുറിച്ചൊരു
പുളവൻമാതിരിയൊരുവനടുക്കെ,
ചുളുചുളെ പേടിച്ചോടി കുളത്തിൻ
തെളിവെള്ളത്തിലൊളിച്ചേനപ്പൂ...

രണ്ട്: കറുമ്പനും എലുമ്പനും

കരിമ്പുകൊതിയൻ കുറുമ്പനാന
എലുമ്പനെലിയോടൊത്തു വരമ്പിൻ
കൊതുമ്പുതോടുകൾ താണ്ടി, മലമ്പാ-
മ്പിരുന്നു ചീറ്റും കടമ്പുകൊമ്പൊ-
ന്നിരുമ്പുകൊമ്പാൽ കുത്തിമറിച്ചാ
കരിമ്പുചാറുകുടിക്കവെ, യമ്പോ!
ഉറുമ്പുകൂടതു കണ്ടു കുറുമ്പൻ
കലമ്പി ഓടിയെലുമ്പനുമൊപ്പം...!

കടങ്കവിതകൾ

ഒന്ന്: കരിംപാറ

ചെത്തിമിനുക്കിയ
ചെല്ലക്കരിമ്പാറ
ഒച്ചിഴയുംപോലെ
നീങ്ങും കരിമ്പാറ.
കൊച്ചുതല നീട്ടി
നോക്കും കരിമ്പാറ.
ഒച്ചകേട്ടാൽ തല
പൂഴ്ത്തും കരിമ്പാറ.
വെള്ളത്തിലയ്യയ്യ
പൊങ്ങും കരിമ്പാറ.
ചള്ളയിൽ, മണ്ണിൽ
ചരിക്കും കരിമ്പാറ.

ഇക്കരിമ്പാറതൻ
പേരെന്തു ചൊല്ലുവിൻ?
മാനല്ല, മാടല്ല
മായാവിയല്ലിവൻ....

രണ്ട്: കാട്ടാളൻ

പേരക്കൊമ്പത്താരേ
നേരിയ നൂൽവല കെട്ടി?
പ്രാണികളെ പിടികൂടാൻ
ഏറിയ വിരുതുകൾ കാട്ടി...?
കാണാക്കാട്ടിലൊളിച്ച
കാട്ടാളന്നിവനാര്?
കാലുകൾ എട്ടു പരത്തി
പായുന്നോനിവനാര്...?

പ്ലഷർ കാർ

പഴക്കം ചുവയ്ക്കും
പ്ലഷർ കാറതൊന്നു
കിടയ്ക്കുമ്പൊഴച്ഛൻ
ഉര"ച്ചെന്തു ലാഭം...!"

അടുത്തോരു നാളിൽ
തിടുക്കത്തിലച്ഛൻ
പ്ലഷർകാറു മുന്നോ-
ട്ടെടുക്കുമ്പൊ"ഴയ്യോ..."
മരിച്ചെന്നപോലെ....
കരുത്തോടെ തള്ളി-
ക്കൊടുക്കുമ്പോഴമ്പോ!
കുതിച്ചങ്ങുപാഞ്ഞു...
കിതയ്ക്കുന്നിതച്ഛൻ...
നിരത്തിന്റെ മദ്ധ്യേ
ടയർപൊട്ടി "ടപ്പോ!"
തെറിക്കുന്നു ബ്രെയ്ക്കും
തകർത്തോരു വണ്ടി....

തളർന്നേ വരുന്നൂ
തനിച്ചെന്റെയച്ഛൻ
തുളുമ്പുന്ന കണ്ണീർ
തുടയ്ക്കുന്നിതച്ഛൻ....

"പെരുത്തോരു നഷ്ടം
വരുത്തീ പ്രഷർകാർ
കിടച്ചേൻ തുരുമ്പിൻ
വിലയ്ക്കല്പസംഖ്യ....?"

കിണറുകുഴിക്കൽ

പൂഴിപ്പറമ്പിൽ കിണറുകുത്തീടുന്നു
കോഴിപ്പറമ്പിലെ കുഞ്ഞുകുഞ്ഞ്!
ആറടിമണ്ണു കുഴിച്ചെടുത്തേയവൻ
ആഴക്കുവെള്ളം കുടിക്കുവാനായ്...

ആഴക്കുമൂഴക്കു വെള്ളമില്ലാഞ്ഞവൻ
"പാഴായ്പ്പണി"യെന്നു നൊന്തുകൊണ്ടേ
വീറോടെ വേറെ കുഴിച്ചെടുത്തേനെട്ടു-
കോലോളമെങ്കിലും- വെള്ളമില്ല!

ഏറെ നിരാശ തെഴുത്തു പക്ഷേയവൻ
മാറാതൊരു കുഴി വേറെ കുത്തി.
നേരാണ്, പത്തടിത്താഴ്ച, യെന്നിട്ടുമാ-
ചേറാണ്ട മണ്ണൊന്നലിഞ്ഞതില്ല!

പൂഴിപ്പറമ്പിലണഞ്ഞൊരു കത്തനാർ
കോഴിപ്പറമ്പിനോടോതിയേവം:
"മൂഢാ, പലേടം കുഴിക്കാതൊരേടത്തു
ഗാഢം കുഴിക്കുക നീരുകിട്ടാൻ..."

മുണ്ടൻനമ്പൂരി

നീണ്ടുവളഞ്ഞൊരു കൊമ്പുകുലുക്കി
മേയുകയാണെരുത്
കുമ്പ തിരുമ്മിക്കാണുകയാണതു
മുണ്ടൻ നമ്പൂരി...

വട്ടക്കൊമ്പിനിടയ്ക്കൂടങ്ങനെ
നൂണുകുതിച്ചെന്നാൽ
കിട്ടുമെനിക്കാഹ്ലാദം, പിന്നതി-
നൊത്തൊരു സമ്മാനം!

ഒട്ടുമമാന്തിച്ചില്ലെരുതിന്നിരു-
കൊമ്പിനിടയ്ക്കൂടെ
ഒറ്റച്ചാട്ടം, പിടയൽ കരച്ചിൽ
എന്തൊരു പുകിൽ പൂരം!

വട്ടക്കൊമ്പിലുടക്കിപ്പിടയും
നമ്പൂരിയെ നാട്ടാർ
കഷ്ടപ്പെട്ടു പരുക്കുകളോടെ
രക്ഷപ്പെടുത്തുന്നൂ..

അപ്പൊഴുമൊരുവൻ ചൊല്ലി: "വിപത്തുകൾ
ചിന്താശൂന്യഫലം..."
വെക്കം മറുപടി: "പലനാൾ ചിന്തി-
ച്ചിപ്പണി ചെയ്തേൻ ഞാൻ..."

മുനിയും വാളും

മാനും മയിലും കളിയാടുന്നൊരു
മാവിൻചോട്ടിലിരിപ്പൂ
നാമം ചൊല്ലിത്തൊഴുതു ജപിച്ചൊരു
പാവം മാമുനി കാട്ടിൽ.

മാമുനിയങ്ങനെ കാട്ടിൽ മുയലും
മലരും ചേർന്നു വസിക്കെ,
ഏറ്റമസൂയമുഴുത്തൊരു മൂർഖൻ
കൂറ്റു നടിച്ചു വരുന്നു.

“ഞാനൊരു ഭടനാണെന്നുടെ കരവാൾ
താപസ, കൈക്കൊണ്ടാലും!
നേരം കളയില്ലുടനെ മടങ്ങി
വാളിതു വാങ്ങിക്കൊള്ളാം....

മൂർച്ചയെഴുന്നൊരു കരവാൾ നല്കി
മൂർഖൻ പോകുംനേരം
ഓർത്തു മുനീന്ദ്രൻ: ചമത മുറിക്കാം
പാഴ്ച്ചെടി വെട്ടിയൊതുക്കാം...

പാഴ്ച്ചെടി, ചമത, മരങ്ങൾ പതുക്കെ
ആർത്തുരസിച്ചു മുറിക്കെ
ഓർത്തു മുനീശൻ വാൾത്തലയാലിനി
നേർക്കാം പ്രാണിയെയേതും...

പിന്നെയവൻ കരവാളാൽ വെട്ടി
കണ്ണിൽപ്പെട്ടതു മുഴുവൻ
പിന്നെയവന്നൊരു കാട്ടാളന്നായ്
വൻപകയോടെ നടന്നൂ....

ഓർക്കുകയിനിമേൽ നീച,രടുത്താൽ
ലാക്കിലകറ്റുക നിങ്ങൾ.
കാട്ടാളന്മാരാക്കിടുമേതൊരു
കരുണയെഴും മുനിയേയും...

കൊച്ചുകറുമ്പൻ

കൊച്ചുകറുമ്പൻ പൂച്ചയെയങ്ങനെ
അച്ഛൻ ചാക്കിൽക്കെട്ടി
ഒട്ടകലത്തൊരു കാട്ടിലെറിഞ്ഞി–
ട്ടൊട്ടും വൈകാതെത്തി...

ഞെട്ടിപ്പോയുടനച്ഛൻ, പൂമുഖ
മുറ്റത്താരേ നില്പൂ?
കൊച്ചുകറുമ്പൻ പോക്കിരിയിവനെ
വെച്ചേക്കില്ലിനി മേലിൽ...

മറ്റൊരു ദിവസം അതിദൂരത്തേ–
ക്കച്ഛൻ പോയീടുമ്പോൾ,
കൊച്ചുകറുമ്പൻ ചാക്കിനകത്തൊരു
പച്ചപ്പാവം പോലെ....

"നിശ്ചയമിക്കുറിയവനെത്തില്ല"
നിശ്വാസത്തോടച്ഛൻ
ഗേറ്റു തുറന്നു കടക്കുമ്പോൾത്തൻ
കാല്ക്കൽത്തന്നെ കറുമ്പൻ...

പിന്നീടച്ഛൻ പെരുവഴി പിന്നി-
ട്ടുന്നംതെറ്റിക്കാനായ്
വരികൾ കറങ്ങീ പൂച്ചയെ മുള്ളിൻ
കുഴിയിൽത്തള്ളിപ്പോന്നു...

പിറ്റേന്നമ്മഭയന്നേ ടെലിഫോൺ
വെക്കമെടുക്കേ കേൾക്കാം
ശബ്ദമതച്ഛന്റേതാണിങ്ങനെ:
"എത്തിച്ചേർന്നോ പൂച്ച?"

"വഴികളതെല്ലാം തെറ്റിയെനിക്കോ
കഴിയുന്നില്ലങ്ങെത്താൻ.
കൊച്ചുകറുമ്പച്ചാരോടുനേർവഴി
ചോദിച്ചിങ്ങറിയിക്കൂ..."

മഞ്ഞു തുള്ളിച്ചിരി

കുഞ്ഞുമണിപോലെ മഞ്ഞുതുള്ളി
മഞ്ഞമലരിതൾത്തുമ്പിലുണ്ടേ.
ചിങ്ങപ്പുലരിതൻ ഭംഗി കാൺകെ
മിന്നുന്ന പുഞ്ചിരി ചുണ്ടിലുണ്ടേ!
എങ്ങനെ വന്നു നീ മഞ്ഞുതുള്ളി?
വെൺമ കുടഞ്ഞപോൽ കുഞ്ഞുതുള്ളി.
എന്തു തിളക്കം മിനുക്കമല്ലോ.
നിന്നുടുപ്പിനിന്നു കൊച്ചുകള്ളി....!

നിന്നെ എടുത്തൂയലാട്ടുവാനായ്
വന്നതാരേ, പുലർത്തെന്നലെന്നോ?
തെല്ലൊന്നുയർത്തവേ, തെന്നിനീയാ-
കല്ലിന്റെ നെഞ്ചത്തലിഞ്ഞുവെന്നോ?

ദാഹജലം

വെട്ടിത്തിളയ്ക്കുന്ന വെള്ളമുള്ളോരു മൺ
ചട്ടിപോൽ ഭൂമി കുടുത്തുനില്ക്കെ,
ഉഗ്രമാം വേനലിൽ തണ്ണീരു കിട്ടാതെ
പക്ഷികൾ പാരിൽ കുഴഞ്ഞിടുന്നു.

ശുദ്ധമാം വെള്ളം നിറച്ചോരു വൻകലം
വെക്കുന്നു മാവിൻ തണലിലമ്മ!
ചിക്കെന്നടുത്തെത്തിയെങ്ങുനിന്നോ നൂറ്
കൊക്കുകൾ, കാക്ക, യിലക്കിളികൾ....!

വെള്ള, കറുപ്പ്, മുതിർന്നോർ, കുരുന്നുകൾ
എല്ലാവരും ചേർന്നൊരുമയോടെ,
വെള്ളം കുടിച്ചു പറക്കെയെന്നമ്മ തൻ
ഉള്ളത്തിലാഹ്ലാദ നീർ തുളുമ്പി....!!

കള്ളക്കൊക്ക്

പാടവരമ്പത്തായ്
പാവം മട്ടിലൊരാൾ
ഗാഢം ചിന്തകളിൽ
കൂടിയിരിക്കുന്നു.

താഴെ തെളിനീരിൽ
താരുകളാടുന്നു.
ചാരെ കുരുവികളോ
ചിന്തുകൾ പാടുന്നു.

ഏതുമറിഞ്ഞീല്ല
മൗനമുടഞ്ഞില്ല.
സാധു തപസ്സിന്റെ
സാനു കടക്കുന്നോ!

താഴെത്തെളിനീരിൽ
തുള്ളി വരുന്നുണ്ടേ.
പൂവാലൻ പൊടിമീൻ
പൂമൊട്ടുകൾ പോലെ!

ഒറ്റഞൊടിക്കുള്ളിൽ
മുറ്റിയ ചിന്തകൾ പോയ്.
എറ്റിയ ചാട്ടുളിപോൽ
കൊറ്റി കുതിക്കുന്നേ...

പൂമീനിൻ നിരയെ
കൊത്തിവിഴുങ്ങുന്നേ.
കള്ളച്ചിന്തകനാം
വെള്ളവയൽക്കൊക്ക്....!!

കാറ്റത്തെ കിളിക്കൂട്

തോൽപ്പന്തതെന്നെ നിനച്ചു ഞാൻ
തോട്ടിൻ കരയിലേക്കോടുന്നു.
തോൽപ്പന്തതല്ല, കിളിക്കൂട്!
കാറ്റടിച്ചിട്ട പഴം കൂട്....!

കൈയിലെടുത്തു ഞാൻ നോക്കുമ്പോൾ
അയ്യയ്യ! അത്ഭുതപ്പൊൻകൂട്.
നാരും ചകിരിയും ചേർത്തൊന്നായ്
പാകി മെനഞ്ഞ നൽപുൽക്കൂട്!

എന്തു മികവെന്തു സാമർത്ഥ്യം
ചന്തം തികഞ്ഞ കലാശില്പം.
എന്തു മൃദുത്വമകത്തെങ്ങും
പഞ്ഞി വിരിച്ചിട്ട പൊൻതല്പം!

കൊക്കു പിളർത്തി കനിയുണ്ണും
കൊച്ചു കിളിതൻ മൊഴിയില്ല.
അച്ഛൻ കിളി, യമ്മ, യില്ലെന്നാൽ
നില്പുണ്ട് സ്നേഹച്ചൂടിക്കൂട്ടിൽ...!!

ചെമന്ന താടി

നീലക്കടലിൻ കരയിലിരിക്കെ
ചേലൊടു മാനത്തൊരു മാറ്റം!
ദൂരെ, കഥകളി വേദിയൊരുക്കി
വാനിടമാകെയൊരാഘോഷം!

മഞ്ഞപ്പട്ടിൻ യവനിക മുകിലിൻ
തുണ്ടുകൾ അഴകിൽ നീർത്തുമ്പോൾ
മിന്നിത്തെളിവത് ചുട്ടി, കിരീടം
മഞ്ഞമറയ്ക്കതിമേലേ താൻ...!

എന്തൊരു കാഴ്ച, ചെമന്നൊരു വേഷം
ഗംഭീരം, വരവമ്പമ്പോ...!!
വിണ്ണിനരങ്ങു നിറഞ്ഞാടുന്നൊരു
ചെം പൊൻതാടിയിതയ്യയ്യോ....!

പിന്നെയരങ്ങുവെടിഞ്ഞു മുഖത്തേ-
പ്പങ്ങനെ മായ്ക്കാൻ മുങ്ങുകയായ്
വൻതിരയാളും സിന്ധുവിലാനട-
നങ്ങു നിശ്ശേഷം താഴുകയായ്....

പിന്നെയിരുട്ടിൻ നീലിമയാർന്നൊരു
വൻമറതാനേ പൊന്തിടവേ,
ചിങ്ങനിലാവിൻ ആട്ടവിളക്കൊളി
മങ്ങാതെങ്ങുമുദിക്കുകയായ്....!!

ഷൂ തുടയ്ക്കുമ്പോൾ

കോട്ടും പാന്റുമണിഞ്ഞെന്നച്ഛൻ
വാച്ചിൽ നോക്കിനടുങ്ങുന്നു.
കാപ്പി കുടിക്കാനില്ലേ നേരം
ആപ്പീസ് ബാഗുമെടുക്കുന്നു.

പോർച്ചിൻ മൂലയ്ക്കിട്ടിരു ഷൂസും
നീക്കി കൈയിലുയർത്തുന്നു.
മണ്ണും ചെളിയും – ഷൂ ബ്രഷാലത്
തിണ്ണമകറ്റാൻ നോക്കുന്നു.

ഞെട്ടിക്കൊണ്ടലറുന്നേനച്ഛൻ
"ഉഗ്രൻ പാമ്പി" തു കണ്ടോളൂ.
"അട്ടുച്ചുരുളായ് ഷൂവിനകത്തൊരു
സർപ്പം...." – ദൂരേക്കെറിയുന്നു!

"ഭാഗ്യം! കാല് കടത്തും മുൻപേ
നോക്കി, ഷൂവിനകത്തേ ഞാൻ!
സൂക്ഷ്മത വേണം എന്തിലുമെന്നാൽ
ദുഃഖിക്കേണ്ട...." പഠിച്ചൂ ഞാൻ....!!

നാട്ടുകാഴ്ചകൾ

പുള്ളിപ്പശുവിന്റെ ചോടെയിരുന്നൊരാൾ
വെള്ളച്ചുടുപാൽ കറന്നെടുക്കെ,
വെള്ളക്കിണറിന്റെ ഉള്ളത്തിൽനിന്നു നീർ
തുള്ളുന്ന റാട്ടാൽ വലിച്ചെടുക്കെ,

വട്ടത്തിൽ മേവുന്നൊരാട്ടു കല്ലിൽ ആട്ടി
കുട്ടന്നരിമാവ് വാർന്നെടുക്കെ,
കട്ടിക്കരിങ്കൽ ഉരലിൽ ഉലക്കയി-
ട്ടച്ഛമ്മ വേർത്തങ്ങവിൽ ചമയ്ക്കെ,

അപ്പുവിന്നത്ഭുതം! നാട്ടിലെ വീട്ടിലായ്
എത്രയോ കാണാത്ത കാഴ്ചയുണ്ടേ.
ലണ്ടനിൽ പാർക്കുന്നൊരച്ഛന്റെ ജന്മഭൂ-
കണ്ടിട്ട് വിസ്മയം ഏറെയുണ്ടേ!

നെൽവിളഞ്ഞീടുന്ന പാടത്ത് രണ്ടാള്
പുല്ലുപോൽ ചക്രം ചവിട്ടിടുന്ന
അമ്പരക്കാഴ്ചയിൽ മുങ്ങി, ഉറി, മുറം
വമ്പനാം കോളാമ്പി, പത്തായവും

കണ്ടിട്ടു കൗതുകം കൂടുന്നതൊക്കെയും
മിണ്ടുവാൻ വാക്കൊട്ടുമേതുമില്ലേ!
പഞ്ചാരപോലാം മലയാള ഭാഷയിൽ
കൊഞ്ചിയിട്ടും മതിയായതില്ലേ....!!

അത്ഭുതശില്പി

മണ്ട നശിച്ചൊരു തെങ്ങിൽ
കൊണ്ടുപിടിക്കും മേളം.
എന്തിത്? നോക്കുംനേരം
കണ്ടൊരു കിളിതൻ സ്നേഹം.

ചിറ്റുളി പോലൊരു ചുണ്ടാൽ
കൊത്തിമറിക്കുകയാണേ.
വട്ടം വെച്ചൊരു വാതിൽ–
പ്പൊത്തു തുരക്കുകയാണേ...!

തത്തിയിരുന്നാ തെങ്ങിൻ
ഒത്തനടുക്കൊരു ശില്പം
കൊത്തിയെടുത്തൊരു കേമൻ–
പക്ഷി മരംകൊത്തീ താൻ...

സ്വാർത്ഥമശേഷമെഴാതെ
പ്രാർത്ഥനയോടതു മായ്കെ,
പാർത്തിടുവാനായ് വന്നേ
പാട്ടുകളോടിരു തത്ത....!!

മണ്ണും മരവും

മുറ്റം മുഴുക്കെ ടയിലുപാകാൻ
മുറ്റിയ മാവൊന്നു വെട്ടിമാറ്റി.
കുട്ടന്റെ കണ്ണ് തുളുമ്പിയല്ലോ.
കെട്ടുവാൻ ഊഞ്ഞാൽ മരമെവിടെ?

സ്വർണ്ണക്കൊലുസിട്ട കൊന്ന, പിന്നെ-
നെല്ലിമരവും മുറിച്ചുമാറ്റി.
മണ്ണട ചുട്ടു കളിക്കുവാനായ്
ഇല്ലില്ലിവിടിറ്റു മണ്ണുപോലും!

മണ്ണിൽ ചവിട്ടൊല്ലഴുക്കു പറ്റും.
വെൺതറയാകെയശുദ്ധമാകും.
മണ്ണും മരവും ഒഴിഞ്ഞ വീടാ-
ണിന്നിൻ പരിഷ്കാരമെന്നു നേര്!

ചെരിപ്പ് കുത്തി

പൊരിഞ്ഞ വെയ്‌ലിൽ തെരുവോരത്തായ്
ഇരിപ്പൊരാളെന്നും!
ചെരിപ്പ്, പൊട്ടിപ്പൊളിഞ്ഞതെല്ലാം
അവന്റെ സ്വത്തെന്നും.

നരച്ച ശീലക്കുടതൻ കീഴേ
മടുപ്പ് കൂടാതെ
ചെരിപ്പിനേല്ക്കും പരുക്കിവന്നോ-
മിടുക്കിൽ മാറ്റീടും!

ഉടക്കു സൂചികൾ നൂലും കൊണ്ടേ
ചെരിപ്പ് തുന്നുമ്പോൾ,
അടുത്തു നില്പവരാണുംപെണ്ണും
അക്ഷമ കാട്ടീടും!

ചെരിപ്പ് തയ്യൽത്തുട്ടുകൾ, സ്വന്തം
പെട്ടിയിലാക്കുമ്പോൾ
അകത്തു കണ്ടേൻ അവന്റെ കുഞ്ഞിൻ
നിറന്ന ചിത്രം ഞാൻ....!!

തേൻവരിക്ക

തൊടിയിലെ വരിക്ക പ്ലാ-
വിടംകൈയിൽ കുടം പോലെ
ഒരു ചക്ക ഒളിപ്പിച്ചേ
ചിരിച്ചു നില്പു....

അതു കണ്ടുപിടിച്ചു ഞാൻ
കൊതിമൂത്തുമൊഴിയുന്നു.
വരിക്കേ, നീ പഴുക്കുമ്പോൾ
എനിക്കു മാത്രം!

മണം ചുറ്റും പരക്കവേ,
കൊതി തുള്ളി മധുരത്തേൻ-
കനി പെട്ടെന്നടർത്താൻ ഞാൻ
കുതിച്ചോടുന്നു.

നടുങ്ങിപ്പോയ്! കരിങ്കാക്ക-
പ്പടയെന്റെ വരിക്കയെ
ചിതറിച്ചു ചുള കൊത്തി
വിഴുങ്ങുന്നയ്യോ....!!

പൂക്കളങ്ങൾ

എൻ മണൽമുറ്റത്തെന്നും
വർണ്ണപ്പൂക്കളമേളം.
സ്വർണ്ണം തൂകിയപോലെ
കൊന്നപ്പൂപ്പടയാട്ടം!

വെൺമണിമുത്തായ് ചിന്നും
മുല്ലപ്പൂവണിനൃത്തം.
ചാമ്പമരം ചിരിയായാൽ
സിന്ദൂരപ്പെരുവർഷം!

നീലക്കണ്ണിതൾ മാല
നീട്ടും ശംഖൊളി പുഷ്പം
മാമ്പൂ മഴയായ് പെയ്താൽ
മണൽമുറ്റത്തൊരു തെയ്യം!

ആരാണിങ്ങനെയെന്നും
മാറ്റി മറിച്ചു കളങ്ങൾ
ചേലിൽ വരച്ചീടുന്നൂ?
മായാമയനാം കാറ്റ്...!!

രണ്ട് കോളാമ്പികൾ

തെങ്ങിലിരിപ്പുണ്ടേ
മുന്തിയ കോളാമ്പി.
മണ്ണിൽ വളർന്നുണ്ടേ
ചെടിതൻ കോളാമ്പി.

വെള്ളിനിറം ചേർന്ന
മുന്തിയ കോളാമ്പി
സുന്ദരരാഗത്തിൽ
ചിന്തുകൾ പാടുന്നു.

മഞ്ഞനിറം തിങ്ങും
മലരാം കോളാമ്പി
മന്ദസ്മിതമോടെ
തെന്നലിലാടുന്നു.

പെരുതാം കോളാമ്പി
പലടം തേടുമ്പോൾ,
ചെടിതൻ കോളാമ്പി
ചുവടെ വീഴുന്നു.

രൂപത്തിൽ ഒരുപോൽ
തോന്നിടുമെന്നാലും,
മുന്തിയ കോളാമ്പി
യാന്ത്രിക സന്താനം!

നൈസർഗ്ഗിക കാന്തി
ചുറ്റുമുണർത്തുന്ന
അത്ഭുത കോളാമ്പീ–
പുഷ്പമെനിക്കിഷ്ടം!

തേന്മാവ് പോലൊരു ജന്മം

തേന്മാവിൻ കൊമ്പിലായ് തുള്ളുന്ന മാങ്ങകൾ
തേഞ്ചോരും മട്ടിൽ പഴുത്തിടുമ്പോൾ
കാക്കയും തത്തയും അണ്ണാറക്കണ്ണനും
മൂക്കറ്റം തിന്നാനടുത്തു കൂടി.

ആർക്കും മധുരത്തേൻ മാങ്കനി, യമ്മപോൽ
നീട്ടാൻ മടിയില്ല മാവിനൊട്ടും!
ചോണനുറുമ്പ്, തേനീച്ച പുഴുവിനെ
ഊട്ടുവാൻ മാവിനിന്നെന്തൊരിഷ്ടം!

താഴെ കൊതിമൂത്തു നില്ക്കുന്നൊരുണ്ണിതൻ
ചൂഴെപ്പൊഴിയുന്നവന്നു നേട്ടം.
കാലത്തു തപ്പിപ്പെറുക്കിടും മാമ്പഴം
കാക്ക കൊത്തിപ്പോയതെന്തു കഷ്ടം!

സ്വന്തമായുള്ള സ്വത്തെല്ലാമതന്യർക്ക്
പങ്കുവെച്ചീടുന്ന മാവിനെപ്പോൽ
ജന്മം സഫലമാക്കീടാൻ കഴിഞ്ഞെങ്കിൽ
എന്തു ധന്യം...! ഉണ്ണിചിന്തയായി....

ആക്രി

കുപ്പി കുടുക്ക പ്ലാസ്റ്റിക് തേടി–
തപ്പിപ്പെറുക്കിയെടുത്തതെല്ലാം
കെട്ടിച്ചുമന്നു പോകുന്ന പാവം
കുട്ടിയോടേട്ടൻ തിരക്കിടുന്നു.

"എന്തിന്നു നീ ആക്രിവസ്തുവിന്നായ്
എന്നും അഴുക്കിൽ അലഞ്ഞിടുന്നൂ?
നിന്നമ്മയെങ്ങ്, ച്ഛനെങ്ങ്, വീട്?
എന്നോടു ചൊൽക പഠിത്തവും നീ."

"അച്ഛനില്ലമ്മ തളർന്നു വീട്ടിൽ
ഒറ്റയ്ക്കസുഖക്കിടപ്പിലാണേ....!
നിർത്തീ പഠനമിന്നാ ക്രിവിറ്റേ–
കപ്പ, കുഴമ്പിൻ, വഴിയതാണേ...."

"അമ്മ തൻ രോഗം അകറ്റിടാം, നിൻ
സങ്കടം നീക്കി പഠനമേകാം.
ശമ്പളത്തിൽ നിന്നൊരു തുക ഞാൻ
നിൻ കുടുംബത്തിനാ"യെന്നിതേട്ടൻ!

സിഗ്നൽ ലൈറ്റ്

തീക്കനൽ പോൽ ചോന്ന കണ്ണ്
തീക്ഷ്ണമായ്ത്തുറന്നു.
പാഞ്ഞുവന്ന കാറ്, ലോറി
ചമ്മിയൊന്നു നിന്നു!

കട്ടിസ്വർണ്ണമാർന്ന മഞ്ഞ–
വെട്ടമൊന്നു മിന്നി.
ഒട്ടിളകി ഒച്ചകൂട്ടി
മോട്ടർ വാഹനങ്ങൾ.

പച്ചവട്ടക്കൺ മിഴിച്ചു
പുഞ്ചിരി പൊഴിച്ചു.
ദിക്കു രണ്ടിലേക്കുമേറെ
വാഹനം കുതിച്ചു.

പച്ച, ചോപ്പ്, മഞ്ഞ വെട്ട–
മത്രനിഷ്ഠയോടെ
ഇക്കവലതൻ തിരക്കിൽ
കാട്ടിടുന്നോനാര്?

ആരതാകിലും ഒളിച്ചു–
ദൂരെ നിന്നുകൊണ്ടേ
ഏറിടും വിപത്തൊഴിച്ചു
കാത്തിടുന്നോൻ – ഈശൻ...!!

ഗാനോത്സവം

അരയാലിന്മേൽ അന്തിയിലെന്നും
പെരിയൊരു ഗാനാർച്ചനയുണ്ടേ.
അതിനായെത്തും വിദ്വാന്മാരുടെ
അവതരണത്തിന് കാറ്റുണ്ടേ!

പലതാം പക്ഷികൾ ഒന്നിച്ചൊരു തേൻ
മധുരക്കുളിർ മഴ പെയ്യുമ്പോൾ
തബല മൃദംഗം തകിലതു കൊട്ടി
കടവാവലുകൾ പെരുക്കുന്നേ...!

തംബുരു വീണ മുളംകുഴലോടൊരു
പൂങ്കുയിൽ അമൃതം ചൊരിയുമ്പോൾ
ചെണ്ടയിടയ്ക്ക മിഴാവുകൾ താക്കി
പുള്ളിന് ലഹരി പിടിക്കുന്നേ....!!

അന്തിയിലരയാൽ കൊമ്പത്തിങ്ങനെ
അഞ്ചിതമേളകൾ ഉയരുമ്പോൾ,
അരയാലില കൈകൊട്ടി മദിച്ചേ
വിരുതൊടു കരകം തുള്ളുന്നേ....!!

കൊതുകുകൾ

പുറത്തു സന്ധ്യാനേരത്തിവിടേ-
ക്കിരച്ചു പുകതൻ തിരപോൽ
മദിച്ചു, നൃത്തം ചെയ്തു വരുന്നേ
കൊതിച്ചു കൊതുകിൻ കൂട്ടം....!

ഇറക്കി കൂർത്തൊരു കൊമ്പുകൾ ഞങ്ങടെ
മൃദുത്വമാർന്നൊരു മെയ്യിൽ.
കുടിച്ചു രക്തത്തുള്ളികൾ, പകപോൽ
തിമിർത്തു കൊതുകുകൾ മണ്ണിൽ!

കടുത്തനീറ്റൽ, വൈദ്യുതിയാർന്നെൻ
മിനുത്ത ബാറ്റതു വീശി,
പടക്കമാലകൾ പൊട്ടും ടപ്പ്.... ടപ്പ്....
കരിഞ്ഞു കൊതുകുകൾ മാഞ്ഞു!

കടൽത്തിരകൾ

പാൽച്ചിരി തൂകിയണഞ്ഞ തിര
പാദസരങ്ങളെനിക്കേകി.
പൊങ്കൽ തിളച്ചു പതഞ്ഞ തിര
ശംഖൊളിമാലയെനിക്കേകി!

തൊട്ടിലതാട്ടിവരുന്ന തിര
പട്ട്, പളുങ്കുകൾ തന്നല്ലോ.
കണ്ണുമുരുട്ടി വരുന്ന തിര
മൺപുര ഞൊടിയിൽ തീർത്തല്ലോ.

വെള്ളക്കുതിര തെളിച്ച തിര
വെള്ളിയലുക്കുകൾ പെയ്തല്ലോ.
ഗർജ്ജിച്ചലറിയടുത്ത തിര
പത്തി വിരിച്ചിവിടാടീല്ലോ...!

ഇങ്ങനെ കടലിൽ തിരകളുയർ–
ന്നങ്ങനെ പലതായ് മാറുമ്പോൾ,
വൻമല പോലൊരു തിര, ദൂരെ
കണ്ടു ഭയന്നു കുതിച്ചേ ഞാൻ....!!

വെൺമയുണ്ടാകണം

സന്ധ്യക്കിടവഴിയോരത്ത് പ്ലാസ്റ്റിക്കു
സഞ്ചികൾ കത്തിച്ചൊളിച്ചു പോകും
പെൺകുട്ടിയോടു ഞാൻ ചൊല്ലട്ടെ; "യീപ്പുക-
വൻ ക്യാൻസറാകും ശ്വസിച്ചുപോയാൽ...."

ദുർഗ്ഗന്ധമേറെ വർഷിക്കും പലേതരം
കെട്ടുകൾ പാതവക്കത്തു തള്ളും
ആൺകുട്ടിയോടു ഞാനോതട്ടെ; "രോഗങ്ങൾ
കാർന്നിടുമെന്നുമീ ഗന്ധമേറ്റാൽ...."

വൃത്തിയും വീറും വിശുദ്ധിയും മേവണം
നിശ്ചയം വീട്ടിൽ, പരിസരത്തിൽ.
വെള്ളത്തിൽ, വായുവിൽ, ചിന്ത, കർമ്മങ്ങളിൽ
വെൺമവേണം നിത്യജീവിതത്തിൽ....!!

ഡ്രോൺ

കല്യാണത്തിന് പോയപ്പോൾ ഞാൻ
കണ്ടൂ വിസ്മയ നേത്രത്താൽ
പൊങ്ങിത്താണു പറന്നു കറങ്ങും
യന്ത്രത്തുമ്പിയെ യെൻമുന്നിൽ.

കല്യാണത്തിനിരിപ്പോർ തന്നുടെ
മുന്നിൽ കുശലം ചൊന്നിട്ട്
ഹുങ്കാരം പൂണ്ടവരുടെ തലമേൽ
പങ്കായം പോൽ ചുറ്റുന്നു.

കല്യാണത്തിന് വന്നവർ, നിന്നോർ
എല്ലാപേരെയുമുൾക്കൊണ്ട്
ഒപ്പിയെടുത്തൊരു ചിത്രവുമായി
നൃത്തം ചെയ്തു മടങ്ങുന്നു!

എന്തു വിളിക്കും, ഡ്രോണിവനെന്നോ?
കുഞ്ഞു വിമാനക്കിളിയെന്നോ?
എന്താകട്ടിവനെത്തിടും ഉടമ
ഒന്നു വിളിക്കുകിലകൈയിൽ...!!

തോണിയാത്ര

വാനൊരു നീലത്തടാകമായി
ഓളം തുളുമ്പിത്തുടിച്ചിടുന്നു.
വാരുറ്റ വെൺമുകിൽ തോണിയൊന്നാ-
തീരത്തിതാരോ ഇറക്കിടുന്നു.

തോണിപ്പടിയിലിരിപ്പതാരേ?
വാർതിങ്കളോടൊത്തു താരകങ്ങൾ.
തോണി തുഴയുവാൻ ഇന്നിതാരേ?
കാണാത്ത കാറ്റിൻ ചെറുകിടാങ്ങൾ.

തോണിയിറങ്ങിയ താരകങ്ങൾ
ഓരോ വഴിക്കേ പിരിഞ്ഞിടുന്നു.
സ്നേഹക്കുളിർച്ചിരി പെയ്തു തിങ്കൾ
തീരത്തിതൊറ്റയ്ക്കു നിന്നിടുന്നു!!

ബലൂണുകൾ

അന്തിയിലകലത്താകാശത്തായ്
എന്തിത്, നൂറു ബലൂണുകളോ?
മഞ്ഞ, ചുവപ്പ്, വെളുപ്പ്, തവിട്ടത്
കുഞ്ഞിക്കാറ്റിതിലിളകുന്നോ?

എങ്ങ് ബലൂൺ വില്ക്കുന്നോൻ? കടലിൽ
മുങ്ങി രസിച്ചു കുളിക്കുന്നോ?
വില്ക്കാനുള്ള ബലൂണുകൾ വാനിൻ
മുറ്റത്തങ്ങനെ ചിതറുന്നോ?

കള്ളനിരുട്ടെത്തുന്നു ബലൂണുകൾ
പയ്യവെയെല്ലാം കവരുന്നോ?
മുങ്ങി രസിച്ചു ബലൂൺ വില്ക്കുന്നോൻ
അയ്യോ.... തിരയിൽ മറയുന്നോ....?!!